AF519173
INSIGHT PUBLICA

INSIGHT PUBLICA
Nadakkavu, Kozhikode, Kerala
www.insightpublica.com
e-mail:insightpublica@gmail.com
Azhi
(Malayalam Poems)
KK Ansar | Safarnoor
Cover Design & Illustration: **Haris Moidu**
First Edition: November 2018
This Edition: November 2021
Copyright © Reserved
All rights reserved. No part of this publication may be reproduced, stored in a retrieval system, or transmitted, in any form, or by any means, electronic, mechanical, photocopying, recording or otherwise, without the prior permission of the publisher.
ISBN 978-93-87398-66-5

അഴി

രണ്ടുവഴികളിൽ പിരിഞ്ഞ്
ഒന്നിന്റെ കരതേടി
നമ്മളൊരുമിക്കുമിടം.

കെ.കെ.അൻസാർ
സഫർനൂർ

INSIGHT PUBLICA ®

1999-ൽ ചാലിൽ നൂറുദ്ധീന്റെ
യും ചാലിൽ ജമീലയുടെയും
മകനായി തൃശ്ശൂർ ജില്ലയിലെ
കടപ്പുറം അഞ്ചങ്ങാടിയിൽ
ജനനം.
സഹോദരി ജന്നത് നൂറ.

ഫോൺ : 7356402034

സഫർനൂർ

1992-ൽ കല്ലിപ്പറമ്പിൽ
കബീറിന്റെയും ഫാത്തിമ
യുടെയും മകനായി തൃശ്ശൂർ
ജില്ലയിലെ കടപ്പുറം
നോളിറോഡിൽ ജനനം.

ഫോൺ : 8593033693

കെ.കെ. അൻസാർ

പങ്കിടലുകളുടെ പഴഞ്ചൊൽ തികവാർന്ന് പുതുകവിതകൾ

സ്വാമി വിശ്വഭദ്രാനന്ദശക്തിബോധി

'അഴി' എന്ന പേരിൽ പ്രകാശിതമാകാൻ പോകുന്ന ഒരു കവിതാസമാഹാരത്തിനു മുന്നിലാണ് ഞാനിരിക്കുന്നത്- ഒരു അവതാരിക എഴുതുവാൻ.. കെ.കെ അൻസാറും സഫർന്യൂറും പലപ്പോഴായി എഴുതിയ ഹൃദയാവിഷ്കാരകുറിപ്പുകളാണ് 'അഴി' എന്ന സമാഹാരത്തിലുള്ളത്! രണ്ടു വ്യക്തികൾ ചേർന്നു സൈക്കിൾ സവാരി നടത്തുന്നതും രണ്ടു വ്യക്തികൾ ചേർന്നു കൂട്ടുകച്ചവടം നടത്തു ന്നതും രണ്ടു സംവിധായകർ ചേർന്നു ഒരു ചലച്ചിത്രം തയ്യാറാക്കുന്ന തും രണ്ടു കക്ഷികൾ ചേർന്നു ഭരണം നടത്തുന്നതും ഒക്കെ നമ്മൾക്ക് പരിചിതമാണ്. പക്ഷേ രണ്ടു കവികൾ ഇരുവരുടേയും കവിതകൾ ചേർത്ത് ഒരു കാവ്യസമാഹാരം പുറത്തിറക്കുന്നത് ഒരുപക്ഷേ നമ്മൾ ക്ക് പുത്തനനുഭവം തന്നെയായിരിക്കും! ഇപ്പറഞ്ഞ പുത്തനനുഭവം പകരുന്നു എന്നതു തന്നെയാണ് 'അഴി' എന്ന കാവ്യസമാഹാരത്തെ സവിശേഷം ശ്രദ്ധേയമാക്കുന്നത്! കവികളിരുവരേയും ഹൃദയംഗമ മായി അഭിനന്ദിക്കുന്നു. സഹൃദയർ ഈ കാവ്യസംരംഭങ്ങളെ വായിച്ച് അനുമോദിക്കണമെന്നു താല്പര്യപ്പെടുന്നു.

കവികളേയും കവിതകളേയും എനിക്കിഷ്ടമാണ്. എന്റെ ഗുരുനാഥൻ മഹർഷി കൃഷ്ണകുമാർ തന്നെയും പുതുക്കാട് കൃഷ്ണകുമാർ എന്ന പേരിൽ കവിതാസാഹിത്യചരിത്രത്തിൽ അനിഷേധ്യമായ ഇടം നേടിയ പ്രതിഭയാണ് എന്നതും കവികളേയും കവിതകളേയും ഇഷ്ടപ്പെടുന്നവനായിരിക്കുവാൻ എന്നെപ്രേരിപ്പിക്കുന്ന ഘടകമായിരി ക്കാം എന്നതും വാസ്തവം തന്നെ. എന്നിരുന്നാലും, ഒരു സംശയം 'അഴി' എന്ന കാവ്യസമാഹാരത്തിന് അവതാരിക എഴുതാനിരിക്കുമ്പോൾ എന്നെ അലട്ടുന്നുണ്ട്.... എന്തുകൊണ്ട് ഞാൻ തന്നെ അവതാരിക എഴുതണമെന്നു കെ.കെ അൻസാറും സഫർന്യൂറും തീർച്ചപ്പെടുത്തി...? ഇതിനുള്ള ഉത്തരം അവരിൽ നിന്നുണ്ടാകേണ്ടതാണെന്നതിനാൽ

അതിന്മേൽ കൂടുതലൊന്നും ഞാൻ പറയുന്നില്ല. എന്നാൽ ഒരു കാര്യം സൂചിപ്പിക്കട്ടെ; കവിതകളുടെ ഉപഭോക്താക്കൾ വായനക്കാരാണ്; അതിനാൽ വായനക്കാർ തന്നെയാകണം കവിതയെപ്പറ്റി പറയേണ്ടത്. ഈ നിലയിലായിരിക്കാം അഥവാ ഒരു വായനക്കാരൻ എന്ന നിലയിലായിരിക്കാം എന്നെ കവികൾ അവതാരിക എഴുതുവാൻ തിരഞ്ഞെടുത്തത്! അതുകൊണ്ട് ഒരു വായനക്കാരൻ എന്ന നിലയിൽ 'അഴി' എന്ന സമാഹാരത്തിലെ കവിതകൾ വായിച്ചപ്പോൾ അനുഭവപ്പെട്ട ചില കാര്യങ്ങൾ ഇത്തരുണത്തിൽ പറയുകയാണ്!

ഭാവരാഗതാളലയങ്ങളേതും ഇല്ലാതെ ഒരുതരം വിളിച്ചുപറയൽ സ്വഭാവമാണ് പുതിയ കവിതകൾക്കുള്ളത്! ഇതിനെ കുറുമൊഴി എന്നു വിളിക്കാം. ഹൈക്കു കവിതകൾ എന്ന വിളിപ്പേരും ഇതിനുണ്ട്. മലയാളത്തിലെ കുറുങ്കവിതാ പ്രസ്ഥാനത്തിന്റെ എഴുത്തച്ഛൻ കുഞ്ഞുണ്ണിമാഷാണെന്നു പരക്കെ ധാരണയുണ്ട്. പക്ഷേ കുഞ്ഞുണ്ണി മാഷിനെങ്ങനെ ഇത്തരമൊരു കാവ്യസംസ്കാരം കൈവന്നു കിട്ടി? ഇതിനുത്തരം തേടുമ്പോൾ നാം എത്തിച്ചേരുക അതിവിപുലവും അടിമുടി ജനകീയവുമായ നമ്മുടെ പഴഞ്ചൊൽ വാമൊഴി വഴക്കങ്ങളിലേക്കാണ്. 'മത്തൻകുത്തിയാൽ കുമ്പളം മുളക്കില്ല' എന്ന പഴഞ്ചൊല്ലിനും 'പണ്ട് പേറ് ഇന്നു കീറ്' എന്ന കുഞ്ഞുണ്ണി കവിതക്കുമുള്ള പദവിന്യാസപരമായ ചേർച്ചയും സാരസ്യവും വേർതിരിച്ചറിയാനാകാത്തവിധം ഐക്യരൂപമുള്ളതാണല്ലോ! പഴഞ്ചൊല്ലുകളും കുഞ്ഞുണ്ണിമാഷും ഒക്കെ പ്രതിനിധീകരിക്കുന്ന കുറുമൊഴിവഴക്കത്തിന്റെ ശൈലിയിൽ ഇക്കാലത്തു വിളിച്ചു പറയാനുള്ളത് കുറിച്ചിടുകയാണ് നമ്മുടെ കാലഘട്ടത്തിലെ കവികൾ ചെയ്യുന്നത്! നമ്മുടെ പുതുകവിതകൾക്കും ഒരു പാരമ്പര്യം അവകാശപ്പെടാനുണ്ടെന്നു ചുരുക്കം. ഈ പാരമ്പര്യത്തിന്റെ വഴിയിൽ തന്നെയാണ് കെ.കെ. അൻസാറും സഫർനൂറും ചേർന്നൊരുക്കുന്ന 'അഴി' എന്ന കാവ്യസമാഹാരത്തിലെ 'കുറുമൊഴി'കളും വാങ്മയപഥയാത്ര നടത്തുന്നത്!

'ചോരത്തുടിക്കും ചെറുകൈയ്യുകളേ

പേറുക വന്നീ പന്തങ്ങൾ' (വൈലോപ്പിള്ളി) എന്ന മട്ടിലുള്ള ആഹ്വാനങ്ങളോ 'നമുക്കു നാമേ പണിവതു നാകം/ നരകവുമതുപോലെ' (ഉള്ളൂർ) എന്ന മട്ടിലുള്ള സന്ദേശങ്ങളോ ഒന്നും പതുകവിതകളിൽ കാണുകയില്ല. പ്രഖ്യാപനങ്ങൾക്കോ സാരോപദേശങ്ങൾക്കോ അല്ല പങ്കിടലുകൾക്കാണ് പുതുകവിതകളിൽ മുൻതൂക്കം! 'അഴി' എന്ന കാവ്യസമാഹാരത്തിലെ രചനകളും പങ്കിടലുകൾ മാത്രമത്രേ! 'അഴി' എന്ന സമാഹാരത്തിൽ കെ.കെ അൻസാർ കുറിച്ച ഒരു രണ്ടുവരി കവിതയുണ്ട്. കശ്മീർ എന്നാണു കവിതയുടെ പേര്-'ഉടൽ പിടഞ്ഞു

തേടുന്നു/ തല ചിതറുന്നൊരിന്ത്യയെ' എന്ന രണ്ടു വരികളിൽ തലനോവുമ്പോൾ ഉടലുലഞ്ഞു പൊരിയുന്ന ഏതൊരു മനുഷ്യന്റേയും വേദനയുടെ പങ്കിടലാണുള്ളത്! കശ്മീർ വേദനയുണർത്തുന്ന ഒരിന്ത്യക്കാരന്റെ അകം നോവിന്റെ പങ്കിടലുമാണിത്! 'പ്ഫ്' എന്നൊരു ആട്ടിൽ ശബ്ദത്തിൽ സാധാരണക്കാരന് ആവാഹിക്കാവുന്ന രോഷവും പ്രതിഷേധവും ഒരുപക്ഷേ ഒരു മണിക്കൂർ ദൈർഘ്യമേറിയ പ്രസംഗത്തിലൂടെ പണ്ഡിതർക്കു പോലും പ്രകടിപ്പിക്കുവാനോ പങ്കിടുവാനോ ആയെന്നു വരില്ല. കശ്മീർ എന്ന കെ.കെ അൻസാറിന്റെ രണ്ടുവരി കവിതയിൽ കശ്മീർ സാധാരണക്കാരിലുണ്ടാക്കുന്ന നെഞ്ചുനീറ്റത്തിന്റെ മുഴുവൻ ആവാഹനം സാധ്യമായിട്ടുണ്ട്. ഈ സമാഹാരത്തിലെ സഫർനൂർ എഴുതിയ 'മൂടുകല്ല്' എന്ന കവിത 'ശവക്കുഴിയിൽ പോലും എതിർപ്പുകൾ അടക്കം കാണിക്കുകയില്ല' എന്നുള്ള ധീരമായ ഒരു വ്യക്തിത്വത്തിന്റെ വൈകാരികത പങ്കിടുന്നു.

'ഞാൻ മരണപ്പെട്ടാൽ
എന്നോടൊപ്പം
എന്റെ ആഗ്രഹങ്ങളും
സ്വപ്നങ്ങളും
എന്റെ ഖബറിടത്തിൽ
വന്നു നിറയുന്നതാണ്.
അതിന്റെ ഗാഢമായ എതിർപ്പിലേക്ക്
എങ്ങിനെയാണു നിങ്ങൾ
മൂടുകല്ല് വെക്കുക'

എന്ന കവിയുടെ ചോദ്യം മതത്തെവെറും ഖബർസ്ഥാനാക്കി ചുരുക്കുന്നവരൊടെല്ലാം പറയാനുള്ളതത്രയും പങ്കിടുന്നുണ്ട്!

'അഴി' എന്ന സമാഹാരത്തിലെ എല്ലാ കവിതകളേയും ഇവിടെ പരാമർശിക്കുന്നില്ല. പങ്കിടുവാനുള്ളത് പഴഞ്ചൊൽ തികവാർന്ന ശൈലിയിൽ പങ്കിടുന്ന കെ.കെ. അൻസാറിന്റേയും സഫർനൂറിന്റെയും കുറുങ്കവിതകളുടെ ഈ സമാഹാരം അഭിനന്ദനം അർഹിക്കുന്ന ജനകീയതകൊണ്ടും സർഗ്ഗാത്മകത കൊണ്ടും ശ്രദ്ധേയമാണ്! നമ്മൾ ഈ പങ്കിടലുകളിൽ പങ്കുചേരുക! സഹൃദയർക്ക് അതേ ചെയ്യാനുള്ളൂ....

തടപ്പറമ്പ്
13-8-2018

13-8-2018

കവിതകൾ

കുടുംബത്തിന്,
പ്രിയപ്പെട്ടവർക്കും
പ്രിയപ്പെട്ടവൾക്കും,
യൂസുഫിനും ദിപീഷേട്ടനും

കെ.കെ അൻസാർ

തിരുത്ത്

ദൂരമളക്കാതെ വഴി നടന്ന്
നേരിൻ നേരമകന്നു.
വഴി പിഴക്കാതെയും
നാട്ടാൾക്കൂട്ടത്തിൻ
നോട്ടമിതെത്ര കഠിനം.
തെറ്റില്ലാതെ തിരുത്താൻ
ഞാൻ പഠിച്ചിരിക്കുന്നു.
●

അടയാളം

നമുക്കറിയാത്ത വഴികൾ
നഷ്ടങ്ങളുടെ കാൽപാടുകൾ
ആഴമേറിയ ചതിച്ചിരികൾ
വിപ്ലവ വേരിൻ വിരലുകൾ
കുറിച്ച രക്തസാക്ഷ്യം.
ഇതാണ് നിന്നിലെ
കമ്മ്യൂണിസ്റ്റ്,
ഇതു തന്നെയാണ്
നിന്റെയടയാളം.
●

ഒടുവിലത്തേത്

നിന്റെ പാട്ട്,
പുഴുവരിച്ച
എന്റെ മയ്യിത്ത്.
●

പുസ്തകം

എല്ലാം തുറന്നെഴുതാൻ
ഞാനൊരുക്കമാണ്,
നിന്റെ അകത്താളുകളിൽ
ഒരുവര പോലും
നിര തെറ്റാതെയുണ്ടെങ്കിൽ.

പെരുന്നാൾ

ആഘോഷങ്ങളിൽ
സങ്കുചിതത്ത്വം നീറുന്നു.
നഷ്ടങ്ങളിൽ നിലവിളിച്ച
രാത്രികളുടെ കറുപ്പ് പിടയുന്നു.
ഇന്നു നിന്റെ തീൻമേശയിലവർ
വേവുന്ന ശവം വിളമ്പിയിരിക്കുന്നു.
രുചികളിൽ
രക്ത ചുവയുള്ളത് നീയറിഞ്ഞില്ലേ...?
പുതുവസ്ത്രങ്ങളിൽ,
മുടിയിഴ വരകളിൽ,
ഒഴികെ, നിന്റെ ജീവിത ചിന്തകളിൽ
മാറ്റമില്ലാത്തതെന്ത്..?
ആശംസകൾ
അസ്വസ്ഥതകളാൽ
ആലിംഗനം ചെയ്യപ്പെടുമ്പോൾ
നിന്റെ കൈകളറുക്കപ്പെട്ടെങ്കിലോ..?

●

മരം, മണ്ണിനോട്

എന്റെ വേദനകൾ ആഴ്ന്നിറങ്ങുന്നുണ്ട്
നിന്റെ നെഞ്ചകങ്ങളിലേക്ക്.
കൈകളുറക്കാത്തത്
മുറുകെ പുണരാത്തതിനാലാവാം.
മഴയോട് പിടഞ്ഞു വീഴല്ലേയെന്ന്
വിത്തുകളോട് മുളപൊട്ടല്ലേയെന്ന്
അപേക്ഷിക്കുന്നത്
ഭാരമേറുന്നതു കൊണ്ടാണോ....?
നമുക്ക് പിണങ്ങാം....
ഒരു വേനലിന്റെ
നെടുവീർപ്പു നനയുന്നതുവരെ.
●

ഉത്തരം

ചോദ്യങ്ങളിൽ നിന്നും
ഒഴിഞ്ഞു മാറാനുള്ള
പിടച്ചിലാണ്
ഓരോ ... ഉത്തരവും.

•

കശ്മീർ

ഉടൽ പിടഞ്ഞു തേടുന്നു,
തല ചിതറുന്നോരിന്ത്യയെ.
●

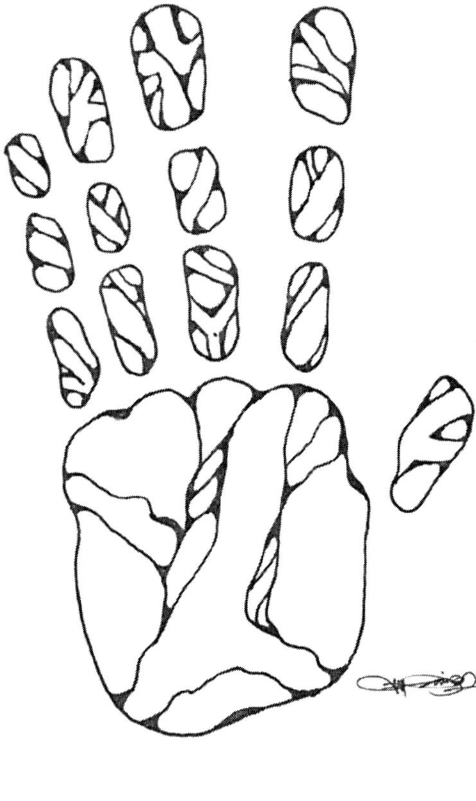

കൈ രേഖ

അരവയറുമായ്
അപരന്റെ കൈവെള്ളയിൽ
ഭാവി പുലമ്പുന്ന
തെരുവു ശാസ്ത്രം.
●

ചുംബനം

പുറത്തേക്കൊഴുകാൻ
വിമുഖത കാണിച്ച വാക്കുകൾ,
സ്നേഹത്തിൽ നാണം നിറച്ച
സ്വപ്നങ്ങൾ,
പ്രകടമാക്കാൻ കഴിയാതെ
ഉള്ളിൽ നനഞ്ഞു നീറിയ ഖേദങ്ങൾ,
എല്ലാം ഒരു ചുംബനത്താൽ
കവിളിലെഴുതാം....

●

കിണർ

വഴി വെട്ടിയവളെ
കുഴിവെട്ടിമൂടി
ഒടുവിലവളുറവയായ്
പിറവിയെടുത്തു.
●

ചില

ചിന്തകൾക്ക്
മുനമിനുക്കുന്ന
വാക്കുകളുണ്ട്.
ചില നേരങ്ങളിൽ
ചിലപ്പോൾ
ചിലതിനോട്
കലഹിക്കാൻ
രണ്ടക്ഷരങ്ങളാൽ
'ചില 'തിന്റെ ചിലയ്ക്കൽ.

●

മണ്ണ് നീറുന്നത്

വെയിൽ നട്ട
വേനൽ വിത്തുകൾക്ക്
മുള പൊട്ടാനൊരു-
തുള്ളിയെങ്കിലും കണ്ണീർ
മഴ മിഴിയിലുണ്ടോ....?

●

കണ്ണാടി

കണ്ണടയാതെ കാണണം
മുഖക്കണ്ണാടിയിൽ
പോറലേറ്റെങ്കിലും
എന്റെ പ്രതിച്ഛായക്ക്
മങ്ങലേറ്റിട്ടില്ലെന്ന്
നിന്റെ ചിരി.

●

തിരയെഴുത്ത്

കര പറിച്ചെടുത്ത്
നാം നട്ടതൊക്കെ
കോൺക്രീറ്റ് മരങ്ങൾ.
തീരം തണലണിഞ്ഞു-
കുളിരുമ്പൊഴും
തറ പറിച്ചു വിഴുങ്ങുന്ന
തിരയെഴുത്തിനെ
നമുക്കെന്തു ചെയ്യാനാവും.
●

മുള്ളാടി

ചുണ ചുവന്ന
സൗഹൃദങ്ങളിൽ
ഒരു മുൾച്ചെടി
മുനയൊടിയാതെ
തണൽ വിരിച്ചത്
നാടറിഞ്ഞു.

●

(മുള്ളാടി:നാട്ടിലെ ക്ലബ്ബ്)

കടൽ കരയിൽ

തിര തുരന്ന നോട്ടങ്ങൾ
കാറ്റു കുടഞ്ഞിട്ട പരിഭവങ്ങൾ
തീരം നെഞ്ചേറ്റിയ കാൽപാടുകൾ
പ്രതീക്ഷകൾ പിടയ്ക്കുന്ന
കരിവള്ളങ്ങൾ
ജീവൻ കുതറി
കണ്ണിയകന്ന വലകൾ
നുണ നുണഞ്ഞിരിക്കുന്ന
പരിഷ്കാരികൾ
മണിയടിച്ചു കൂവുന്ന
കപ്പലണ്ടിയോർമ്മകൾ.
കടലിനിയും കരയെ വരയ്ക്കണം.

●

കണ്ണ്

ഞാൻ നിറയാം
നീ-നനയുമെന്നോർത്ത്.
●

നുണ

നിറം കറുപ്പായിരിക്കും
വെളുത്തതൊക്കെ സത്യമല്ലെന്ന്
അടിവരയിട്ടാലേ മനസ്സിലാവൂ
പറഞ്ഞു തീർക്കാതെ
മൂടിവെക്കുന്നതൊക്കെ
സത്യമോ,നുണയോ...?
ഉത്തരം നുണയല്ലെന്ന്
എങ്ങനെ വിശ്വസിക്കും.
●

ഒറ്റമുലച്ചി

പണ്ടേ,വല്ല്യുമ്മ പറഞ്ഞ
യക്ഷിക്കഥയിലും
അവൾ അപൂർണ്ണ.

●

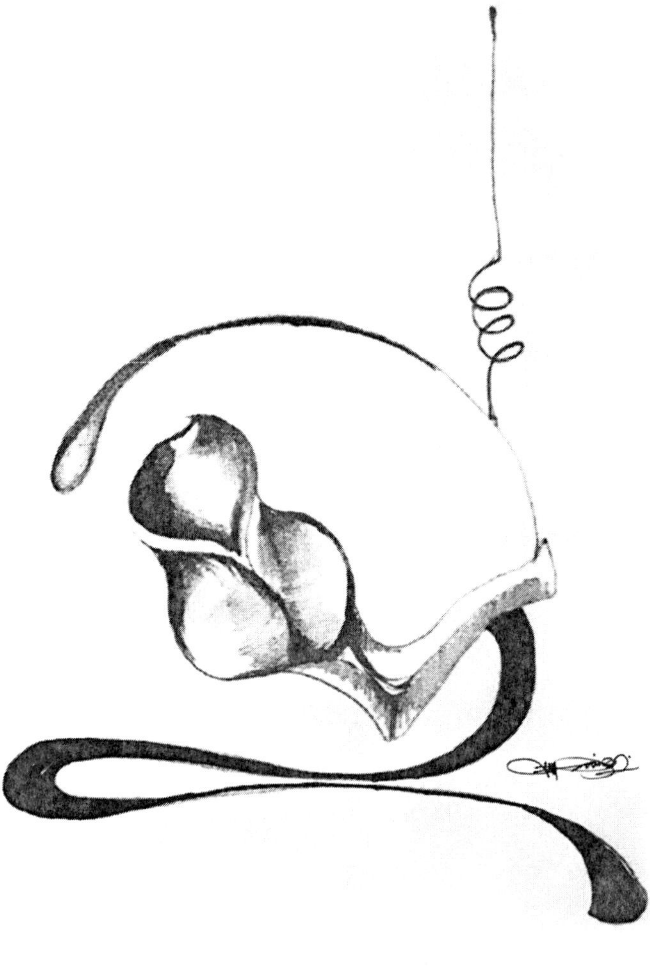

വിരിയാത്തതിന്റെ കാരണം

ഓരോ ക്ലാസ്സ് വരാന്തയും
പൂക്കണമെന്ന
അദ്ധ്യാപകരുടെ തീരുമാനം,
ഞങ്ങളും നട്ട ചട്ടികളിൽ
ജീവനൊടിച്ച ചെടിക്കമ്പുകൾ.
പനിനീരിനു പരിഗണന.
ഇടവേളകളിൽ നനച്ച്
ഇല പൊടിച്ച്,
സ്വരക്ഷയുടെ മുള്ളു കനത്തു.
ഒരിക്കൽ മൊട്ടിട്ടു
കാത്തിരുന്നിട്ടും വിരിയാതെ
കരിഞ്ഞു കൊഴിഞ്ഞു.
കാരണം തേടി.....
ഇതളിനു മീതെ
സൂപ്പർ ഗ്ലൂ ഇറ്റിച്ചു വെക്കുന്ന
'റഊസ്'.

(റഊസ്-സഹപാഠി)

●

കവിതയുടെ വഴി

യാത്രയിലൊരു കവിത
വഴിതെറ്റിയെതിരെ വരുന്നു
ശരി വഴിയറിയാമെന്ന വ്യാജേന
കൂടെ പേനയിൽ നിറച്ചു.
വീട്ടിലെത്തിയിട്ടു വേണം
കടലാസിലേക്കൊഴുക്കാൻ.

●

നിഴലിനോട്

കൂടെ കൂടേണ്ടതില്ല
ഇരുട്ടാണെന്റെ വഴി.
പാതിയിൽ ഒരിറ്റു ശ്വാസത്തിനായി
ഒരു തരി വെട്ടവും ഞാൻ തരില്ല.
ഇതു സ്വാർത്ഥതയല്ല
നിസ്വാർത്ഥതയിൽ
ഒറ്റപ്പെട്ടവന്റെയകറ്റൽ.

●

അ

തുടക്കമിതായിരുന്നു.
അക്ഷരത്തിന്റെയും, അനുരാഗത്തിന്റെയും
മുനയൊടിഞ്ഞ പ്രതീക്ഷ കൊണ്ടായിരുന്നു
എഴുതാൻ തുടങ്ങിയത്
ഇണമുറിഞ്ഞ അക്ഷരങ്ങൾക്ക്
സ്വപ്നങ്ങളുടെ നിഴൽ വീണിരുന്നു.
മഴ തോർന്നു, വേനൽ വിയർത്തു
കൂട്ടിയെഴുതാൻ പഠിച്ചില്ല,വായിക്കാനും
ജീവിതം ദിക്കറിയാതെ അലഞ്ഞപ്പോൾ
പഴി ചാരിയത് വിധിയെ........,
അപ്പോഴും ഓർമ്മയിൽ
കുരുങ്ങിയത് ഒരൊറ്റ വാക്ക് 'അ'.

●

ഒന്നും പറയാതെ

ഏതോ ഒരനർഘ നിമിഷത്തിന്റെ
പകുതിയിൽ നാം കണ്ടുമുട്ടി.
നിന്റെ മൊഴിയും
എന്റെ കേൾവിയും
മൗനം നിറച്ച
നമ്മുടെ കണ്ണുകൾകൊണ്ടായിരുന്നു.
●

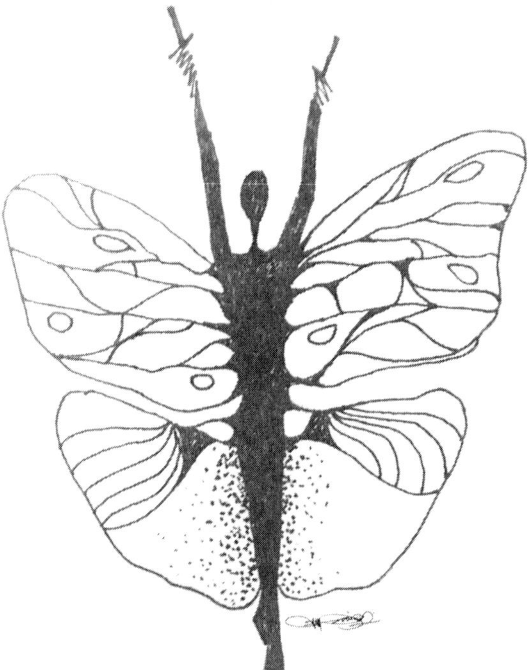

ചെരുപ്പ്

കാലുറക്കാത്ത സ്വപ്നങ്ങൾക്ക്
വഴി മറച്ച നിഴലുകൾക്ക്
വാതിലടഞ്ഞ രാത്രികൾക്ക്
യാത്രകളിലെ പ്രതീക്ഷകൾക്ക്
പ്രതിസന്ധികൾ കൊണ്ടൊരു
പാദരക്ഷ തുന്നണം
സുരക്ഷയുടെ വാറഴിച്ച്
സ്വതന്ത്രരാവാൻ.

●

ഉള്ളാടത്തിപ്പാറ...

ഓർക്കുന്നുണ്ടോ......?
പന്ത്രണ്ടാം ക്ലാസ്സിൽ,
കലാലയത്തോട് വിട പറഞ്ഞ
ആ... അവസാന ദിവസം.........?

യാത്ര ചോദിക്കുന്ന
വിഷാദ മുഖങ്ങൾക്കിടയിൽ
ഞാൻ നിന്നെ തിരഞ്ഞു,
'ബഷീറിനെ' പ്രണയിച്ച.

എനിക്കു നൽകിയ 'പപ്പുവിനെ'
കൂടെ ചേർത്തത് എന്നിൽ നീ
മരിക്കാതിരിക്കാനാണ്.

നമുക്കിടയിൽ ആരോ വരച്ചിട്ട
അരുതിന്റെ അതിര്
മറ്റൊരു സുരക്ഷയിൽ നീ
കാത്തു സൂക്ഷിക്കുന്നുണ്ടെന്നറിഞ്ഞു.

ഒരു വട്ടം പോലും മുഖത്തു നോക്കി
ഞാനത് പറഞ്ഞിട്ടില്ലെങ്കിലും
ഈ വിളിയിൽ ആ പ്രണയം ഒളിപ്പിച്ചിരുന്നു.

നഷ്ടപ്പെട്ടുമെന്നു കരുതി ധരിക്കാതെയും,
ഒറ്റപ്പെട്ടുമെന്നോർത്ത് ഉപേക്ഷിക്കാതെയും
നമ്മളിതങ്ങനെ എടുത്തു വെച്ചുവെന്ന്
മറ്റുള്ളവർ ധരിച്ചോട്ടെ.....,
ല്ലേ.... ഉള്ളാടത്തിപ്പാറൂ.......
●

സഫർന്നൂർ

ച

ചുവന്നും,
ചിരിച്ചും
ചിന്തിച്ചും
ഒഴുകുന്നു
വിപ്ളവത്തിന്റെ
"ച" പുഴ.
●

കനൽ

അടുപ്പിലെ തീ
കൂരയിലേക്ക്
ആളിപ്പടരരുതെന്ന്
കരുതിയാകണം
ഉമ്മ
നെഞ്ചിലെ കനല് കൊണ്ട്
കഞ്ഞിവെച്ചത്.
മാന്തളിന്റെ വിലകേട്ട്
പൊള്ളരുതെന്ന്
കരുതിയാകണം
കണ്ണീരിലെ ഉപ്പുകൊണ്ട്
മുളകരച്ചത്.

●

കടപ്പുറത്തെപ്പറ്റി

പ്രായമെത്തിയാൽ
വാക
ചുവപ്പ്
പൂക്കുക തന്നെ ചെയ്യും.
●

‘ള്ള’ പറയുന്നു

ഇന്നലെ
കഷ്ടപ്പെട്ടിട്ടാണെങ്കിലും
ഒരു കുഞ്ഞു വിരലിലൂടെ
ജീവൻ പുതുക്കി
ഞെരിഞ്ഞും
ഒടിഞ്ഞുമുള്ള ഈ ജീവിതം
മതിയാക്കുകയാ
ഇതിലും ഭേദം
പിന്നെ കൂട്ടിന്
'അം' 'ഔ'
ഒക്കെ
തുരുമ്പെടുത്തിരിക്കുന്നത്
കാണുമ്പോഴാ ഒരു സമാധാനം.

●

വഴി

തുറന്നതോ
ഇടുങ്ങിയതോ
വരണ്ടതോ
വിജനതയോ
നെറിവില്ലാത്ത പകലും
കുബുദ്ധിയുള്ള
രാത്രിയുമതിലേ
കടന്നുപോകുന്നുവോ
എന്നറിഞ്ഞിരിക്കുക
ലക്ഷ്യത്തിലേക്ക്
തന്നെയെന്നുറപ്പ് വരുത്തുക
'വഴി' എന്ന വാക്ക് പോലും
രണ്ടക്ഷരങ്ങൾ
ചേർന്നതത്രെ.
●

സ്വപ്നം

ചെറിയ ഈ തലക്കുള്ളിലെത്രയെത്ര
സ്വപ്നങ്ങൾ
ഉറക്കമിളച്ചതിനേക്കാളേറെ
ഉറക്കത്തിൽ വന്നവർ
കെമിസ്ട്രി ക്ലാസ്സിൽ കണ്ടവ
വേറെയും.
എവിടെയായിരിക്കുമെന്തോ
ഇതിനുറവ.

●

മൂട്ടുകല്ല്

ഞാൻ മരണപ്പെട്ടാൽ
എന്നോടൊപ്പം
എന്റെ ആഗ്രഹങ്ങളും,
സ്വപ്നങ്ങളും
എന്റെ ഖബറിടത്തിൽ
വന്ന് നിറയുന്നതാണ്.
അതിന്റെ ഗാഢമായ
എതിർപ്പിലേക്ക്
എങ്ങനെയാണ്
നിങ്ങൾ
മൂട്ടുകല്ല് വെക്കുക.
●

?

ഇന്നലെ,
ഞാനും നീയും
ഇന്ന്
നമ്മൾ
നാളെ.
●

നാമ്പ്

എന്നെന്നേക്കുമായ്
കൊയ്ത
പാടങ്ങളായവ
ഗോപുരങ്ങൾക്ക് കീഴെ
വാവിട്ട് കരയെ
യന്ത്ര മുരൾച്ചയുടെ
സംഗീതത്തിനിടയിൽ
എവിടെയാണെന്റെ
കവിതയുടെ
നാമ്പുകളറ്റു പോയത്.

●

ഉപ്പാടെ ഡയറിയിൽ ഒളിഞ്ഞിരുന്ന ചിലത്

ഞാൻ ഉരുകി
ഉണങ്ങി
നീ നിറ പച്ചയായ്
നോവേറ്റി
നനമണ്ണ് തേടുന്ന
വേരു ഞാനെങ്കിലും
നീ ചരടയഞ്ഞ്
മേഘം മുത്തും പട്ടം.

ഉടഞ്ഞ ചില്ലിന്റെ
പകുതിയിൽ ഞാൻ,
തൊടുന്ന ഫോണിന്റെ
ക്യാമറയിൽ നീ
തുന്നിയ ചെരുപ്പിൽ
കാലുറപ്പിക്കാതെ ഞാൻ
വെളുത്ത ഷൂസിലും
കരളുറയ്ക്കാതെ നീ
വേണ്ട
ഇനിയും നീയറിയേണ്ട,
ഞാൻ ഉരുകി
ഉണങ്ങി
നീ നിറപച്ചയായത്.

കരക്കാറ്റും
കടൽകാറ്റും

രണ്ടറ്റമുള്ള
ഒരു വരയിൽ
കൂട്ടിമുട്ടാതെ നമ്മൾ
ഭദ്രമായി ലാത്തുന്നു.

●

കൈവെള്ളയിൽ

ചൂണ്ടു വിരലിന് താഴെ
ഒരു വാക പൂത്ത് നിൽക്കുന്നു,
ഒന്നൂടെ മിഴിച്ച് നോക്കിയപ്പൊ
ദേ അപ്പുറത്തൊരാൽ
പിന്നെ ഒരു തേക്ക്
ചന്ദനം.

ആശ്ചര്യത്തോടെയടുത്ത്
നോക്കിയപ്പോൾ
ദേ കൈവെള്ളയിലൊരു
മഴക്കാട് തന്നെ
അമാന്തിക്കാതെ
വഴിവെട്ടി,
നടന്നു നോക്കി
ചോല കണ്ടു
പിന്നെയൊരാന
പെരുമ്പാമ്പ്
അല്ല ഈ പെരുമ്പാമ്പിന്റെ
മതമേതാ ?
ജാതിയോ ?
ചിന്തയുടെ മുനയൊടിഞ്ഞത്

ക്കൂട്ട നഷ്ടമായൊരു കുഞ്ഞു
കിളിയുടെ മുദ്രാവാക്യം തട്ടിയാണ്
ക്കൂടെ ക്കൂടി
പ്രതിഷേധിച്ചെങ്കിലും
ഇവരോടൊക്കെ
പറയാനൊക്കുമോ ?
ഇന്നലെ,
വീട്ടിലെ പുളിമരം വെട്ടിയതും
ബോൺസായ് വെച്ചതും.
●

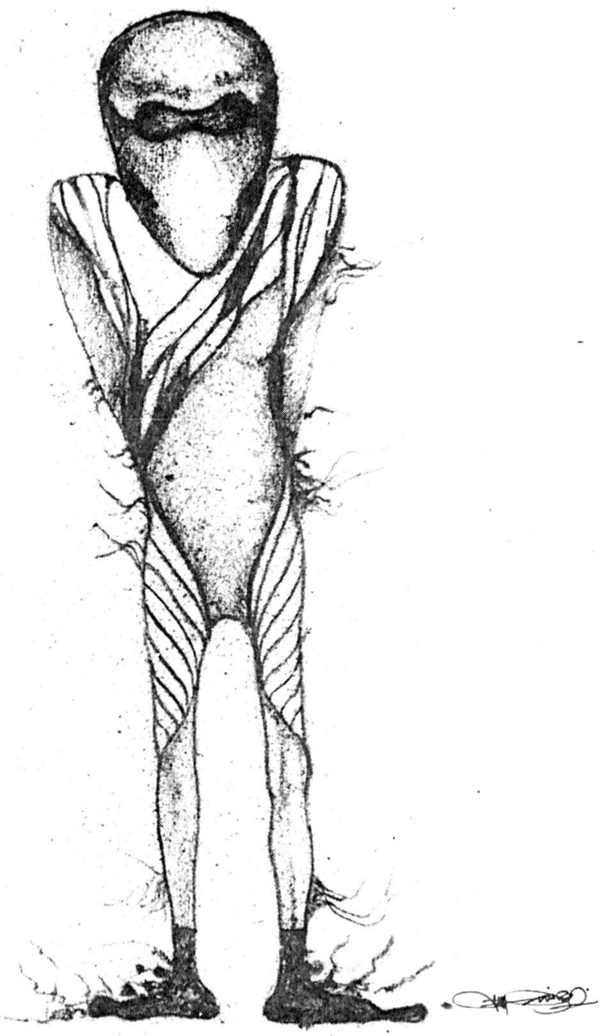

നിങ്ങളറിഞ്ഞുവോ?

സ്മാർട്ട് മത്സ്യങ്ങൾ
പെറ്റു പെരുകുന്നത്
പുതുമഴയിൽ ടവർ
മുളച്ചത്
പ്ലാസ്റ്റിക്ക് മണലിനെ
ഭോഗിച്ചത്.
ചിമ്മിനി ഓടിപ്പോയത്.
കുടം ആത്മഹത്യ ചെയ്തത്.
●

നീ

നീ എന്ന
ഒറ്റയക്ഷരത്തിന്റെ
നീട്ടലിലാണ്
നിന്നെ, എന്നിലൊളിപ്പിച്ചത്.
●

ആ രാത്രി

നനഞ്ഞൊട്ടിയ സാരിയുമായ്
ഒരു വരി കവിത
ഒരു മഴ രാത്രി
അഭയം തേടി
നനവ് മാറും മുൻപേ
പകലൊരുങ്ങി,
ചർച്ചയും
മുല പോലുമറുത്തു കളഞ്ഞ
രീതിയിൽ
ഒരു സ്ത്രീശരീരം.

●

ഭ്രാന്തൻ

നേരറിയാത്തവൻ,
അല്ല
ചിലപ്പോഴെങ്കിലും നേരറിയുന്നവൻ
വിശപ്പിനെ ഭക്ഷിക്കുന്നവൻ,
അല്ല വിശപ്പെന്ന വാക്ക്
വശമില്ലാത്തവൻ
അല്ല ചങ്ങാതി
എനിക്കൊരു സംശയം
നമ്മൾ കണക്കാക്കിയ
ഭ്രാന്തരുടെ ലോകത്ത്
നമ്മളല്ലേ യഥാർത്ഥ
ഭ്രാന്തൻ.
●

നമുക്കിടയിൽ

നമുക്കിടയിൽ
സ്നേഹത്തിന്റെ കുളിർക്കാറ്റ്
ഒഴിയാതെ ഒഴുകുന്നതും
പ്രണയത്തിന്റെ സംഗീതം
ഓളം വെട്ടുന്നതും
മൗനം
നിറങ്ങളാകുന്നതും
നീയറിയുന്നില്ലേ?

ഈ ഒരു ചെറിയ അകലത്തിൽ
സ്വപ്നങ്ങൾ ഉടലെടുക്കുന്നതും
വാക്കുകളിൽ, നിറഞ്ഞു കവിയുന്നതും
നീയറിയുന്നില്ലേ?

ഇനി പറ ആരോടാണ്
നിന്റെ പരിഭവം
നമുക്കിടയിലെ വെയിലിനോടോ ?

●

പ്രവാസി

വീട് വിട്ടിറങ്ങിയിട്ടധികമായോ?
ഇന്നലെയല്ലെ ബാവുക്കയുടെ
കൊട്ടയിലെ മീൻ
മോൾക്ക് കാട്ടികൊടുത്തത്.
എന്നിട്ടവൾക്കിന്നെങ്ങനെ
പതിനെട്ട് തികഞ്ഞു.?
ഇന്നലെയല്ലേ
കണ്ണാടിയുടെ പുറം തുടച്ചത്
എന്നിട്ടെന്താ
മുടിയിഴ നരച്ചത് പോലെ
കക്ക അച്ചാറിലവൾ നിറച്ച
ചുംബനം
നുകരുന്ന വേളയാണോർമ്മ-
വന്നത്
പോരുമ്പൊ
പെയ്ത മഴ തോർന്നുവോ?
ഇല്ലായിരിക്കും,
അതാകും അവൾക്ക്
വിളിക്കാനിത്ര താമസം.
●

പറയൂ

തിര,
പാഞ്ഞടുക്കുന്ന കാറ്റ്,
ഓർമ്മകളൊക്കെ
മുളപൊട്ടി ഉയിര് നേടുന്നുണ്ട്.
മീശ മുളച്ചിട്ടില്ലാത്ത ഞാൻ,
അകലമിട്ട് സംസാരിക്കുന്ന
നീ.
ഇല്ല,
അന്ന് നീയെന്നെ
ശ്രദ്ധിച്ചിട്ടില്ല,
പിന്നെ,
പിന്നെയെവിടെയോ വെച്ച്
നമ്മളടുത്തു.
അന്ന്, നിന്റെ
മൈലാഞ്ചി കോറി
എന്റെ മിഴി നിറഞ്ഞിരുന്ന
രാത്രി നഷ്ടപ്പെട്ടിരുന്നു
അത് നീയറിഞ്ഞിട്ടില്ല.

പെയ്ത് തീരാത്ത എന്റെ വായ
നിന്റെ

കടുപ്പമേറിയ കട്ടൻചായ
മീശ വന്നപ്പോഴേക്കും
നമ്മൾ അടുത്തിരുന്നു.

ചില നോട്ടങ്ങളിൽ,
ചിരിയിൽ,
നമ്മളന്യോന്യം,
കഥ പറഞ്ഞു.
അതിലൊന്നെനിക്കോർമ്മയുണ്ട്.
വാഴത്തോപ്പിൽ
നിന്നെയൊരാൾ കാണാൻ വന്നത്
അന്ന് ഞാൻ കൊതിച്ചിരുന്നു
അത്
ഞാനാകണമെന്ന്
പക്ഷേ നീ മാറ്റിപറഞ്ഞു
പതിയെ
പരിഭവങ്ങളും
കണ്ണു നീരും
നമ്മൾ പങ്കുവെച്ചു,
ചുള്ളി വിരലിൽ നമ്മളൂഞ്ഞാലാടി
ചെവിയിൽ കടിച്ചു കമ്മലിട്ടു,
നെറ്റിയിലെ
കാക്കപ്പുള്ളിയിലേക്ക്

നോക്കിയിരുന്നപ്പൊ
നിന്റെ മുഖം ചുവന്നത്
ഇന്നുമെന്റെ കണ്ണിലുണ്ട്.

ഇതിനിടക്കെപ്പഴോ
ഞാൻ നിന്നെ
പ്രണയിച്ചു
ഇല്ല, അതും നീയറിഞ്ഞിട്ടില്ല.

ഇന്ന്, ഞാനാശുപത്രി
മോചിതനായി
നീയെന്നെ പലവട്ടം
കാണാൻ വന്നിരുന്നെന്ന്
ഞാനറിഞ്ഞു.

സഖാവേ,
ഇന്നീ മൃതമായെന്റെ
ശരീരത്തോടെങ്കിലും
സത്യം പറയൂ.
അന്ന് ഞാനറിയാതെ
നീയുമെന്നെ
പ്രണയിച്ചിരുന്നില്ലേ ?
●

യാത്ര തുടരും

പാതി രാത്രി
ആരുമില്ലാത്തപ്പൊ
ഈ വഴികളൊക്കെ
ഉടുപ്പുകളൂരി വെക്കും
മഴയെ കാത്തിരിക്കും
ഒച്ച കൂട്ടാതെ
അരഞ്ഞാണ മഴിച്ച്
വശ്യമായ് നൃത്തം ചെയ്യും.

ഒരേ ദിശയിൽ
സാമ്യതയുള്ള
രണ്ടു വഴികൾ
പരിസരം മറന്നു,മ്മവെക്കും
പുണർന്ന് കെട്ടിമറിയും
അപ്പോഴേക്കും
സദാചാരികളായ ലോറികളിൽ
ചിലർ
വഴിതേടി വെളിച്ചമെറിയും.

വാരിയുടുത്ത വസ്ത്രങ്ങളുമായവരകലേക്ക്
തന്നെ

വിട്ട് നില്ക്കും
വണ്ടി കയറിയ അങ്കലാപ്പിൽ
പതിവ് പോലെ
തളർന്നുറങ്ങും
വീണ്ടും നാളെയുടെ
ഇരവിനായി
യാത്ര തുടരും.
●

തിരിഞ്ഞ് നോക്കിയപ്പോൾ

അയ്യേ
നമ്മളെന്ത് കമിതാക്കളാണ്
ഒരു ഗ്ലാസിൽ നമ്മളൊന്നും
കുടിച്ചിട്ടില്ല,
ചുംബിച്ചിട്ടില്ല
എന്തിനേറെ
കൈപിടിച്ച് നടന്നിട്ടുപോലുമില്ല
ശ്ശെ,
മോശം തോന്നുന്നു
ഈ ബാംഗ്ലൂർ നഗരിയൊന്ന്
ചുറ്റി വന്നപ്പോൾ
●

ഒരു വഴിയുടെ ഇരുതലങ്ങൾ

ചിലർ
ഇഷ്ടപ്പെടുന്നവരും
മറ്റു
ചിലർ
വെറുക്കുന്നവരും

●

അതെ, ഞാൻ വേശ്യ

രുചിയെന്തെന്നറിഞ്ഞിട്ടു
ദിവസങ്ങളേറെയായ്
രാത്രി പുലരുവോളം
എന്നെ ഭക്ഷിച്ച നിന്നോട്
ഞാനെവിടെ നിന്ന് പറഞ്ഞു തുടങ്ങണം
പട്ടിണിയെപ്പറ്റി ?

രതിയന്ത്രം പോലെ
നീ മുറി നിറഞ്ഞപ്പോൾ
നീയറിഞ്ഞിരുന്നില്ലേ
നിന്നെക്കാളേറെ വന്യമായ്
വിശപ്പെന്നെ ഭോഗിക്കുന്നത്.

അതെ ഞാൻ വേശ്യയാണ്
നിന്നിൽ നിന്ന്
ദാക്ഷിണ്യമർഹിക്കുന്നില്ലെന്നറിയാം

പക്ഷെ
ഒടുവിൽ വീട്ടുകാർക്ക് സുഖമല്ലേയെന്ന്
ചോദിച്ചത്

നീ കമ്മിവെച്ച കാശിനോടുള്ള
ആർത്തി കൊണ്ടല്ല.
ഞാനും പണ്ടാരുടെയോ
വീട്ടുകാരിയായിരുന്നെന്ന്
സ്വയം ഓർമ്മപ്പെടുത്തിയതാണ്.
●

ഒരു സ്വതന്ത്ര്യ രാജ്യത്ത്

ആർക്കും
സംസാരിക്കാം
വിമർശിക്കാം
എഴുതാം
വരക്കാം
ഇഷ്ടമുള്ളതിൽ നിന്ന് ഭക്ഷിക്കാം
മതങ്ങൾ സ്വീകരിക്കാം
വിവേചനമില്ലാതെ ജീവിക്കാം
നേര് പറയരുത്
കൊല്ലപ്പെട്ടും
തെറ്റിനെ വിമർശിക്കരുത്
വിമർശനത്തെപോലും
ബലാത്സംഗം ചെയ്യും
എഴുതാം
തുറന്നെഴുത്തരുത് തോക്കുകൾ
നിറയൊഴിക്കും
വരയ്ക്കാം
മരങ്ങളിൽ പച്ച വേണ്ട.
ഐ എസ് ഭീകരനെന്ന് മുദ്രകുത്തും
നിങ്ങൾക്കിഷ്ടമുള്ളതിൽ നിന്നല്ല
ചിലർ പറയുന്നതിൽ നിന്ന് ഭക്ഷിക്കാം

മതങ്ങൾ സ്വീകരിക്കാം
രക്തസാക്ഷി കുപ്പായമണിഞ്ഞായാൽ നന്ന്
വിവേചനമില്ലാതെ ജീവിക്കാം
സെയിൽസ്ഗേളിന് ശമ്പളം-
പൊടി കുറയുമെന്ന് മാത്രം.
നിരോധനങ്ങളുടെ മതിലുകളിൽ
നടപ്പിലാക്കിയ ജഡ്ജിയുടെ പേര് കൊത്തിവെയ്ക്കുമോ ?
അല്ല അവർ മത്സരിക്കുകയാണേ
ഛെ
ക്ഷമിക്കണം!
നമ്മള് പറഞ്ഞ് വന്നത് ഇതല്ല.
ഒരു സ്വതന്ത്ര്യ രാജ്യത്ത് എന്നല്ലേ...
അവിടെ ആർക്കും
സംസാരിക്കാം
വിമർശിക്കാം
എഴുതാം
വരക്കാം
ഇഷ്ടമുള്ളതിൽ നിന്ന് ഭക്ഷിക്കാം
മതങ്ങൾ സ്വീകരിക്കാം
വിവേചനമില്ലാതെ ജീവിക്കാം.
●

സ്കൂളിൽ നിന്ന് ചുറ്റിപ്പിടിച്ചതിനോട്

ഇനി
നീയെന്റെ ഹൃദയത്തിന്ന
കത്തളത്തിലേക്കൊളിഞ്ഞിരിക്കുക
ഞാനില്ലാത്ത,
നമ്മുടെ മരച്ചുവട്ടിലേക്ക്
ഇരുട്ട്
ചേക്കേറി തുടങ്ങിയിരിക്കുന്നു.
ഓർമ്മയുടെ
ധമനികളിലേക്കാഴ്ന്നിറങ്ങുക
നീ
കനവുകളുടെ
സ്ഫടിക സൗധത്തിലന്തിയുറങ്ങുക
യാത്രയാകുന്നു ഞാൻ
നിന്റെ വേരു തേടിയുള്ള
യാത്രയിൽ
ഈ മതിൽക്കെട്ടിനപ്പുറത്തേക്ക്.

●

ഇക്കടലിലനന്തതയും,
പാഴ്ജന്മങ്ങളും

നമ്മളൊരു കടൽ തീരത്ത് വെച്ചാണ്
കണ്ടുമുട്ടിയത്
ഞാനരയോളം വെള്ളത്തിൽ
നീ തിര നോക്കി മണ്ണിൽ
പിന്നെ
വർഷങ്ങളാണ്
നമ്മളാ തീരത്തിരുന്നത്
കഴുത്തോളം വെള്ളത്തിലാണ്
ഞാനതോർത്തത് .
നമ്മളടുത്തിരുന്നപ്പോൾ നനക്കാതെ തന്നെ
തിര നമ്മളെ ആക്രമിച്ചിരുന്നു
ചുറ്റും വെള്ളം നിന്നിരുന്നു

ഇന്നെത്ര ശാന്തമാണീ കടൽ.
നീ കരയിലുണ്ട്
പക്ഷെ തിരികെ
തിരികെ നടക്കാനെനിക്കാവുന്നില്ല .
ഞാനരയോളം വെള്ളത്തിലല്ല
കഴുത്തോളം
തലയോളം
അല്ല നമ്മൾ പ്രണയിച്ചത്രയും
ആഴത്തിൽ

●

നാം തീർത്തതെല്ലാം

ഞാൻ ഒരു വരക്കിരുവശം
സ്വർഗ്ഗവും നരകവും തീർക്കാം
നീ വരക്ക് മീതെ
മതങ്ങൾ കൊണ്ടൊരു പാലം
പണിയൂ
●

ഒടുവിലത്തെ ഞാൻ

നിന്റെ ചുംബനംകൊണ്ട്
വിടർന്ന കവിളിണകൾ
മെലിഞ്ഞൊട്ടി
പൊടി പടലത്താൽ നിറഞ്ഞ് നിൽക്കും

നേർത്ത നിലാവിന്റെ
ചിതറിയ വെളിച്ചത്തിൽ
നിന്നെ നോക്കി
കണ്ണുനീരിനാൽ
പൊട്ടിച്ചിരിക്കും

നീ നഷ്ടപ്പെടലിന്റെ
നീറുന്ന മുറിവുമായ്
മരണത്തിലേക്ക്
നടന്നു നീങ്ങുന്ന
ഒടുവിലത്തെ ഞാൻ
നമ്മളടുത്തിരുന്നത് മറന്നു പോയ
മുഷിഞ്ഞ വസ്ത്രധാരകൻ മാത്രമായിരിക്കും
.....
നമ്മളടുത്തിരുന്നത് മറന്നു പോയ
മുഷിഞ്ഞ വസ്ത്രധാരകൻ മാത്രം.
●